விழிகளால் பேசு!

D1771384

யா.சாம்ராஜ்

டிஸ்கவரி பப்ளிகேஷன்ஸ்

எண்: 9, பிளாட் எண்: 1080A, ரோஹிணி பிளாட்ஸ்
முனுசாமி சாலை, கே.கே.நகர் மேற்கு,
சென்னை - 600 078. பேச: 99404 46650

வெளியீட்டு எண்: 0426

விழிகளால் பேசு! (கவிதை)
ஆசிரியர்: யா.சாம்ராஜ்©
Vizigalal Pesu **(Poem)**
Author: Y.SAMRAJ©
Printed in India
1st Edition : Jan - 2025
ISBN: 978-81-19541-06-5
Pages - 80
RS.120

Publisher • Sales Rights

Discovery Publications
No. 9, Plot,1080A, Rohini Flats,
Munusamy Salai,
K.K.Nagar West, Chennai - 78.
Tamilnadu, India.
Mobile: +91 99404 46650

Discovery Book Palace (P) Ltd
No. 1055-B, Munusamy Salai,
K.K.Nagar West,
Chennai-600 078.
Mobile: +91 87545 07070

discoverybookpalace@gmail.com / www.discoverybookpalace.com

இந்த நூலில் பிரசுரமாகியுள்ள எந்த ஒரு பகுதியையும் எழுத்துபூர்வமான முன்அனுமதி பெறாமல் எடுத்தாள்வதோ, மறுபிரசுரம் செய்வதோ, மொழியாக்கம் செய்வதோ, ஊடகங்களில் மறுபதிப்புச் செய்வதோ, காப்புரிமைச் சட்டப்படி தடை செய்யப்பட்டுள்ளது. இந்த நூலிலிருந்து சில பகுதிகளை மேற்கோள்காட்டி நூல்அறிமுகம் செய்யலாம்.

உங்கள் மொபைல் போனிலிருந்து ஸ்கேன் செய்து 'டிஸ்கவரி புக் பேலஸ்' மொபைல் ஆப்பை டவுன்லோடு செய்து, புத்தகங்களை வாங்குங்கள்.

Scan and download

பேரன்புமிகு
மு.வேடியப்பன் சார்
அவர்களுக்கு..
(நிறுவனர், டிஸ்கவரி புக் பேலஸ்)

நன்றி !

முனைவர் மு.பழனி இராகுலதாசன்

முனைவர். சோ.முத்தமிழ்ச்செல்வன்

திரு.ரா.முத்துராமன் (சின்ரல்லா கிராபிக்ஸ்)

கவிஞர்.துஷ்யந்த் சரவணராஜ்

திரு.மா.அழகர்சாமி

திரு.கௌரா.ஜெய்கணேஷ்

திரு.பிரவீன்குமார் யாகப்பன்

திரு.சி.இளையராஜா (திரைப்படப் பின்னணிப் பாடகர்)

முனைவர். ந.இராஜேந்திரன்

முனைவர்.ஆ.சுதாகர்

திரு.வே.ரமேஷ்

திரு.பாலாஜி

திரு.பொன்சி

யா.சாம்ராஜ்

பிறந்த ஊர் சிவகங்கை மாவட்டத்தில் உள்ள காட்டுநெடுங்குளம். இவர் கவிஞர் மீராவின் படைப்புகளை ஆய்வு செய்து முனைவர் பட்டம் பெற்றுள்ளார். இதுவரையில் இவரது கவிதைத் தொகுப்புகளான "அம்மாச்சி" (2021), "மகனுக்கு அப்பா என்றும் பெயர்" (2023) ஆகியவை வெளிவந்துள்ளன.

நா.முத்துக்குமார் விருது, அன்னம் விருது, அமரர் எழுத்தாளர் சந்திரகாந்தன் விருது, அசோகமித்திரன் படைப்பூக்க விருது, பனுவல் கலை இலக்கிய விருது போன்ற விருதுகளைப் பெற்றுள்ளார்.

தொடர்பு எண் : 9965066260
மின்னஞ்சல் : *ysamraj2106@gmail.com*

கலைடாஸ்கோப்பில் மினுங்கும் காதலி(யி)ன் வளையல்கள்

-துஷ்யந்த் சரவணராஜ்

காந்தத்தை மண்ணில் தோய்த்தால் அது, மண்ணில் கலந்திருக்கும் சிறு சிறு இரும்புத் துகள்களை ஏந்திவரும். அந்த இரும்புத் துகள்களைக் காகிதமொன்றில் உதிர்த்து, காகிதத்தின் அடிப்பகுதியில் காந்தத்தை வைத்து இழுத்தால், காகிதத்தின் மேற்பகுதியில் உள்ள இரும்புத் துகள்கள், மயில் தோகை விரிப்பது போலச் சிலிர்த்து நின்று அழகூட்டும். கவிதைக்கான சொற்களும் அப்படித்தான்.

மனக்காந்தத்தை ஆன்மாவில் உரச உரச அது ஏந்தி வரும் சொற்களே கவிதை மேடையில் களிநடம் புரிகின்றன.

சோழிகளைச் சுழற்றி விடுகின்ற கணியன் எல்லாச் சோழிகளையும் கணக்கில் எடுத்துக் கொள்வதில்லை. எழுதுபவனும் அப்படியே!

குவிந்து கிடக்கும் சொற்குவைக்குள் கனிந்து கிடக்கும் சொல் தேர்ந்தெடுக்க வல்லோன் கவிஞனாகி விடுகிறான்.

கவிதைக்கான மொழி பிரத்தியேகமானது; வசீகரமானது; ருசியானது. ஆன்மக் கடலில் வலைவீச வல்லவர்க்கே பிரத்தியேகமான – வசீகரமான ருசியான சொல்மீன்கள் கிட்டும்.

அன்புத் தம்பி முனைவர் யா.சாம்ராஜ் அவர்களும் தம் ஆன்மக் கடலில் வலைவீசி மீன்பிடித்து வந்திருக்கிறார்கள். அவர் வலையில் சிக்கியிருப்பவை யாவும் மினுங்கும் மீன்கள்; சிணுங்கும் மீன்கள்!

'விழிகளால் பேசு' என்னும் இந்த மீன் தொட்டிக்குள் மினுங்கி மினுங்கிக் கவனம் ஈர்க்கின்றன கவிதை மீன்கள். முழுக்க முழுக்கக் காதற் கவிதைகளால் நிரம்பி வழிகிறது இத்தொகுப்பு.

"நாற்பதில் ஒரு காதல் வரும்" என்பார் கவிப்பேரரசு வைரமுத்து. தம்பி யா.சாம்ராஜ், தம் நாற்பதாம் வயதில் ஒரு காதற்கவிதைத் தொகுப்போடு வந்திருக்கிறார். புன்னகையோடு வரவேற்போம்.

காதல் வயப்பட்டவனின் மனம் என்பது ஒரு விசித்திரமான கலைடாஸ்கோப். அதில் காதலியின் நினைவுகளே வளையல் துண்டுகளாய் மினுமினுக்கின்றன. வளைந்து வளைந்து, நெளிந்து நெளிந்து, வடிவம் மாறி மாறி அவன் வாழ்விற்கு விசித்திர அழகூட்டுகின்றன. அதனால்தான் அவன் வாழ்வும் அர்த்த முள்ளதாகிறது.

ஒரு கவிஞனுக்கான அடிப்படைப் பண்பு, எதனையும் ரசிக்கப் பழகுதல். இரசனைதான் கவிதைக்கான மூலப்பொருள். தம்பி யா.சாம்ராஜ் அவர்கள் தம் முதற்கவிதையை,

"முன்வரிசையில் அமர்ந்து
மும்முரமாய்ப்
படித்துக் கொண்டிருக்கிறாய்
நீ!
உனக்குப்
பின் வரிசையில் அமர்ந்து
உன் பேரழகை
ரசித்துக் கொண்டிருக்கிறேன்
நான்!"

என்று ரசனையோடு தொடங்குகிறார். தொடங்குவது மட்டுமே கவிஞனின் வேலை. இனிக் கவிஞனைக் கொண்டு தன்னைத்தானே எழுதிக் கொள்ளும் காதல். இனிக் காதலே கருத்தா! கவிஞன் வெறும் கருவி!

காதலிக்கப்படும் பெண்கள்தாம் எவ்வளவு கொடுத்து வைத்தவர்கள். அவர்களைக் காதலிக்கும் ஆண்கள் அவர்களைக் கவிதைகளால் அலங்கரிக்கிறார்கள். ஒப்பனைகளால் அழகாகிற பெண்கள் காதலர்களின் கவிதைகளால் பேரழகாகி விடுகிறார்கள். தம்பி எழுதுகிறார்,

> "உனக்கெதற்குக் காலணி?
> உன்னைத் தூக்கிச் சுமக்க
> நானிருக்கும்போது"

என்று! இந்தக் கவிதையைப் படிக்கையில் தம்பியின் காதற்பெண் (!) நாணத்தில் சிவந்து பேரழகாகி இருப்பார். இராமனின் பாதுகைக்கு அரியாசனத்தைக் கொடுத்தான் தம்பி பரதன். காதலிக்குப் பாதுகையாகத் தன்னையே கொடுக்கிறார் தம்பி சாம்ராஜ். "வண்ணச் சீரடி மண்மகள் அறிந்திலள்" என்று இளங்கோவடிகள் குறிப்பிடுவது போல, அன்புத் தம்பி தன் காதலியின் மலர்ப்பாதங்கள் மண் தோயாமல் தூக்கிச் சுமக்க நினைக்கிறார். காதலர்களின் இதயம் எப்பொழுதுமே பிரியமானவர்களைத் தூக்கிச் சுமக்கும் கங்காரு மடிதானே!

காதற்பறவை வசதியாக வாழ்வதற்கு ஏற்ற கூடு, தோற்றுப் போனவர்களின் இதயம்தான்! அந்தப் பறவையின் தோளில் அமர்ந்துதான் இங்கே பல காதலர்களும், கவிஞர்களும் சிகரங்களில் சிம்மாசனமிட்டிருக்கிறார்கள்.

> "என்
> வெற்றியின் ரகசியங்கள்
> நீ தந்த காதலில்தான்
> கொட்டிக்கிடக்கின்றன"

என்று தம்பி குறிப்பிடுவது வெறும் கவிதை அன்று! வாழ்வில் வெற்றி பெற்ற கவிஞனின் ஒப்புதல் வாக்குமூலம். இதை உறுதிப்படுத்துவது போல அமைந்திருக்கிறது.

> "உனக்குத் தெரியுமா?
> கவிதைப் போட்டிகளில்
> நான் வாங்கிய
> ஒவ்வொரு
> முதல் பரிசும்
> நீ கொடுத்ததுதான்"

என்கிற மற்றொரு கவிதை.

காதலும் காதல் சார்ந்த அழகும், அவத்தைகளும் தொகுப்பு

முழுவதும் விரவிக் கிடக்கின்றன. 'சுட்டி ஒருவர் பெயர் கொளப் பெறா'த காரணத்தினாலேயே இத்தொகுப்பில் உள்ள அழகும் அவத்தைகளும் நமக்கும் உரியவையாகி விடுகின்றன. ஒரு நல்ல காதற்கவிதைத் தொகுப்பிற்கு இதயத்தை வருடவோ, கீறவோ தெரிந்திருக்க வேண்டும். இத்தொகுப்பு இரண்டையும் செய்கிறது.

> "சொல்லிய காதலை விடச்
> சொல்லாத காதலுக்கு
> வலிமை அதிகம்
>
> கூடுதலாக
> இரண்டு நல்ல கவிதைகள் கிடைக்கும்"

என்கிறார் தம்பி. இத்தொகுப்பில் எல்லாக் கவிதைகளுமே நல்ல கவிதைகளாக அமைந்திருக்கின்றன.

நன்றாகச் சமைக்கத் தெரிந்தவருக்கு நன்றாகப் பரிமாறவும் தெரிந்திருப்பது விருந்துக்கு அழகூட்டும். நல்ல வாசகரான தம்பி, நல்ல படைப்பாளராகவும் பரிணமித்திருப்பது படைப்பிற்கு அழகூட்டுகிறது.

கவிஞர் மீரா அவர்கள் வாழ்ந்த சிவகங்கை மண்ணில் வேர்விட்டு, கிளை பரப்பத் தொடங்கியிருக்கிறார் அன்புத் தம்பி முனைவர் யா.சாம்ராஜ். சிவகங்கை மண்ணின் தவிர்க்க இயலாத இலக்கிய ஆளுமையாகத் தம்பி கொடிநாட்ட வேண்டும்.

தகுதி இருக்கிறது. தாவிப் பறப்பீர்!

என்றென்றும் அன்புடன்
அண்ணன்
துஷ்யந்த் சரவணராஜ்

தேவகோட்டை
28.09.2024

காதல் வாழ்த்து

அன்பான பெண்ணொருத்தி
கிடைத்திட வேண்டும்!
அவள் அடிமனதில் என் மனது
கலந்திட வேண்டும்!
அவளுக்காக என் ஜீவன்
உருகிட வேண்டும்!
அவள் வாழ்வோடு என் வாழ்வும்
முடிந்திட வேண்டும்!!

முன் வரிசையில் அமர்ந்து
மும்முரமாய்ப்
படித்துக் கொண்டிருக்கிறாய்
நீ!
உனக்கு
பின் வரிசையில் அமர்ந்து
உன் பேரழகை
ரசித்துக் கொண்டிருக்கிறேன்
நான்!

உன்னை
எனதாக்கிக் கொண்ட பிறகுதான்
நான்
என்னையே
எனதாக்கிக் கொண்டேன்..!

கடவுளை வணங்கிப்
பல நாட்களாகிவிட்டன
நான்
உன்னைச் சரணடைந்ததிலிருந்து.

●

நீ
என் கடுந் தவத்தால்
என் காதலுக்குக்
கிடைக்கப் பெற்ற
விலை மதிப்பில்லாத
வரம்!

சிவபெருமான்
உமையவளுக்குத்
தன் உடலில்
பாதிதான் இடம் கொடுத்தார்!

நானோ
உன்னை
என் உடலின்
ஒவ்வொரு அணுவிலும்
அமரவைத்திருக்கிறேன்!

●

உனக்கெதற்குக் காலணி?
உன்னைத் தூக்கிச் சுமக்க
நானிருக்கும் போது.

●

உலகில்
மலர்ந்த
பல கோடிப்
பூக்களில்

என்னை
அலங்கரிக்கப் பிறந்த
அர்ச்சனைப் பூ
நீ!

அன்பே! ஆருயிரே!
கண்ணே! மணியே! என்று
போலியாய் உன்னை
வர்ணிப்பதை விட
நீ
எனக்குரியவள் என்கிற
உரிமையோடு
உன்னைப்
“போடீ” “வாடீ” என்று
ஒருமையில் அழைக்கவா?

என்னை
அலைய விட்டுப் பார்க்கவாவது
நீ
அடிக்கடி வீடு
மாற்ற வேண்டும்!

●

என் வீட்டுத்
தொலைபேசி எண்களில்
பாதி எண்கள் மறைந்துவிட்டன!

அந்த மறைந்த எண்கள் தான்
உன் வீட்டுத்
தொலைபேசி எண்கள்!

●

என்
வெற்றியின் ரகசியங்கள்
நீ தந்த காதலில்தான்
கொட்டிக் கிடக்கின்றன!

அழகென்று
இவ்வகிலத்தில்
வர்ணிக்கப்படுபவை யாவும்
உன் அழகைக் கண்டு
அடி பணிய வேண்டும்!

●

நீ
எனக்குக்
காதல் பாடத்தைக்
குற்றமறக் கற்றுக் கொடுத்த
காதல் பேராசிரியை!

●

இன்றைக்கு
எப்படியாவது உன்னிடம்
பேசிவிட வேண்டுமென்று
ஒவ்வொரு முறையும்
ஒத்திகை பார்த்துவிட்டுத்தான் வருகிறேன்!

என்றாலும்...

உன்னை நெருங்கியதும்
எல்லாவற்றையும் மறக்கடித்து
ஊமையாக்கி விடுகிறது
உன் அழகிய முகம்!

நினைத்ததைப் பலிக்கச் செய்யும்
அழகான அம்மன் கோயில்!

உனக்காகத்தான்
வேண்டிக் கொண்டிருந்தேன்!

எதேச்சையாக
நீ என்னருகில்
வந்து நின்றாய்!

அடேங்கப்பா!
அம்மனை விட
நீ எவ்வளவு அழகாக இருக்கிறாய்!

அப்படி என்றால்
நான் யாரை வணங்குவது
உன்னையா?
அம்மனையா?

●

உனக்காகவே
அதிகப் பொருட்செலவில்
மிகப் பிரம்மாண்ட மாளிகை ஒன்று
கட்டியிருக்கிறேன்

அதில்
நீ கொடுமைக்கார மாமியார்!
நான் சாதுவான மருமகள்!

நீ
என்னை
எப்படி வேண்டுமானாலும்
கொடுமைப்படுத்திக் கொள்ளலாம்!

நீ
குனிந்த தலை நிமிராமல்
உன் முகத்தை
மண்மகளுக்கு
அர்ப்பணித்தபடியே
நடந்து வருகிறாய்!

உயிரற்றவையெல்லாம்
உன் அழகைக் கண்டு ரசிப்பதைப்
பார்க்கும்போது
உயிருள்ள நான்
உயிரற்றுப் போகிறேன்!

●

என் அர்த்தமுள்ள
அவஸ்தைகள்
உன் அழகு
முகத்தில்தான் இருக்கிறது!

●

திருமணம் சொர்க்கத்தில்
நிச்சயிக்கப்படுகிறது!

என் சொர்க்கம்
உன்னால்
நிச்சயிக்கப்பட இருக்கிறது!

●

முனைவர் பட்டம் வாங்க
எந்தெந்தத் தலைப்புகளிலோ
ஆராய்ச்சி செய்கிறார்கள்!

நானோ
உன் சேலைத் தலைப்பு
காற்றில் வடிக்கும்
கவிதைகளை
ஆராய்ச்சி செய்து
முனைவர் பட்டம் வாங்க
முனைகிறேன்!

நீ
என்ன வரம் வேண்டி
இறைவனை வணங்குகிறாயோ
எனக்குத் தெரியாது!

ஆனால்
நான்
உன்னையே
வரமாய் வேண்டித்தான்
உன்னை வணங்குகிறேன்
தினந்தோறும்!

●

நீ
புன்னகைக்கும்
ஒவ்வொரு நொடியும்
பல கோணங்களில்
வண்ணப்படமெடுத்து
என் இதய ஆல்பத்திற்குள்
பூட்டி வைத்திருக்கிறேன்!

நாம் இணைந்தவுடன்
நீ
புரட்டிப் பார்ப்பதற்கு
வசதியாக.!

அவ்வளவு எளிதாக
யாரையும்
ஏறெடுத்துப் பார்க்காதவள் நீ!

உன் சம்மதம் அறியாமலே
உன் பெயரை
உச்சரித்த நாளொன்றில்
அதிவேக மின்னலாய்
ஒரு பார்வை பூத்தாய்!

நிஜமாகச் சொல்

நீயும் என்னைக்
காதலிக்கிறாய்தானே!

உன்னை நேசிக்குமளவிற்கு
உன் மௌனங்களையும்
நேசிக்கிறேன்

மௌனம்தானே
சம்மதத்திற்கு
அறிகுறி!

ஒன்றும் அறியாதவனாய்
நான்
கல்லூரிக்குள்
காலடி எடுத்து வைத்தேன்!

ரசனை என்பதே
உன்னைப் பார்த்த பின்புதான்
என் இளமைக்குள் குடி புகுந்தது!

ஒவ்வொரு நாளும்
உன்னைச் சந்தித்து
ஆராதனை செய்தால்தான்
பூரண திருப்தி எனக்கு!

இல்லையேல்
தடியடிப் போராட்டந்தான்
என் மனதிற்குள்!

●

என் பிறந்த நாளை
உனக்கு முன்கூட்டியே
சொல்லிவிட்டால்

ஏதேனும் பரிசுப் பொருள் தந்து
கடமையைக் கழித்து விடுவாய் என்றுதான்
உன்னிடம் சொல்லாமலே
திடீரென இனிப்பு வழங்கினேன்

எவ்விதப் பதற்றமுமின்றி
மற்றவர்களைப் போல்
நீயும் எடுத்துக் கொண்டாய்.

எனக்கான பிறந்தநாள் பரிசு
உன்னிடமிருந்து ஏமாந்துபோனது!

இறுதியாக
உன் ஒற்றைப் பார்வையென்னும்
வழக்கமான பரிசோடு
வழியனுப்பி வைத்தாய்
என்னை!

●

யா.சாம்ராஜ் | 37

என்
உள்ளத்து உணர்வுகளை
உன்னிடம் அள்ளித் தெளிக்க
ஒரு
பரிசுத்த நாளை
எனக்குப் பரிசாகத் தா!

●

நீ
என்னைக் காதலிக்க
என்னிடம்
என்ன தகுதி இருக்கிறது?

மாறாக
உன்னைக் காதலிக்கத்தான்
நான் பிறந்திருக்கிறேன்!

●

என் நண்பர்களுக்கு மத்தியில்
நீ என்னைக்
கடந்து போகிறாய்!

உன்னைப் பார்க்க
எவ்வளவு சித்திரவதை
அனுபவிக்கிறேன் தெரியுமா?

●

நீ
என்னைப்
பார்க்க வேண்டும் என்பதற்காகவே
பல வித்தைகள் நடத்தி
வம்பில் மாட்டிக் கொள்கிறேன்!

அதைப் பார்த்தாவது
என்னை உனதாக்கிக் கொள்ள
உன் இதயம் இளகாதா என்று!

நம் காதலுக்குப்
பாதகம் விளைவிப்பவை
விடுமுறை நாட்கள்தான்!

அந்தக் கறுப்பு நாட்களை
ஒழித்துக் கட்டவாவது
காதலர்கள் ஒன்று திரண்டு
உண்ணாவிரதம்
இருக்க வேண்டும்!

●

எனக்குத்
துக்கமான நாள்
எதுவென்றால்

நீ
கல்லூரிக்கு வராத
நாள்தான்!

வகுப்பறைக்குள்
மின்னல் வேகத்தில்
ஓரப்பார்வையை உதிர்த்துவிட்டு
ஒன்றும் அறியாதவள் போல்
பாவலா செய்கிறாய்!

பேராசிரியர்களுக்கு மத்தியில்
உன் பார்வைத்துளிகளை
ஒன்றுவிடாமல் ஒற்றி எடுக்க
நான் எவ்வளவு சிரமப்படுகிறேன் தெரியுமா?

●

கையளவு இதயத்தில்
காதல் கலவரம்
நிகழ்த்தி
என்னை
உனக்குள்
ஒளித்து வைத்துக் கொண்ட
காதல் அமைப்பின்
கலகக்காரி நீ!

●

என்னை
உன்னிடம்
அறிமுகப்படுத்திக் கொள்ளாமலேயே
உன் சம்மதம்
அறியாமலேயே
உன்னைத் தூக்கிச்
சுமக்கிறேன் நான்!

●

என் மனதில்
பூத்துக் குலுங்கி
மணம் தரும்
மல்லிகையாய் நீ இருக்கிறாய்!

உன் மனதில்
நானிருக்கிறேனா
ஒரு முள்ளாகவாவது!

சின்ன வயதிலிருந்தே
தோல்விகளை மட்டுமே
வாழ்க்கையாகக்
கொண்ட எனக்கு
உன்னில் இருந்தாவது
வெற்றிப் படிகள்
என் இதய வாசலைத்
தட்டி எழுப்பாதா எனத்
தவங்கிடக்கிறேன்!

●

உன்னைச்
சுற்றிச் சுற்றி வந்து
என் விண்ணப்பங்களை
விதைக்கும் போது
ஏவுகணைப் பார்வையால்
ஏன்?
என்னைச்
சுட்டெரிக்கப் பார்க்கின்றாய்!

விழிகளால்
வந்த வேதனை
உன்னைப் பார்க்காமல்
ஒரு கணம் கூட
இருக்க முடிவதில்லை என்னால்!

●

தினமும்
உன் பெயரை
ஓராயிரம் முறை
உச்சரிக்கிறேன்!

உனது உதடுகளால்
உச்சரிக்கப்படாமலேயே
உயிரற்றுக் கிடக்கும்
எனது பெயரை
ஒருமுறையேனும் உச்சரித்து
உயிரூட்டிடுவாயா?

ஒரு நாள்
நீயும் நானும்
எதேச்சையாக
ஒரு கலரில்
உடையணிந்திருந்ததைக் கண்டு
என்னையும் அறியாமல்
ஆனந்தக் கூத்தாடினேன்!

நீ என்னைப்
பார்க்காவிட்டாலும்,
நாம் அணிந்திருந்த
உடைகளாவது
பார்த்துக் கொள்வதை நினைத்து!

●

கனவில் கூட
உன் கற்புக்குப்
பாதகம் வருவிக்காமல்தான்
பார்த்துக்கொள்கிறேன்!

நீதான்
என்னைக்
கண்டும் காணாதவள் போல்
காட்சி தருகிறாய்!

நீ
யார் யாரோடோ
எல்லாம்
பேசி மகிழ்கிறாய்!

என்னைப் பார்த்தால் மட்டும்
ஏன்
தீண்டத் தகாதவனைப் போல்
வெறுத்து ஒதுக்குகின்றாய்?

உனக்கு
என்னைப் பிடிக்கவில்லையா?
என் காதலைப் பிடிக்கவில்லையா?

●

உன் கூந்தலில் இருக்கும்
மல்லிகைப்பூ கூட
என்னையும்
என் காதலையும்
கேலி செய்து சிரிக்கிறது!

போன வாரம் வெளியான
உனது கவிதையைப் படித்தேன்
மிகவும் அருமையாக இருந்ததென்று
யாரிடமோ கூறுவதைப் போல
கூறிவிட்டுச் சென்றாய்!

பொங்கிய கண்ணீரை
அடக்கிக் கொண்டு
இந்தக் கவிதைக்குச் சொந்தக்காரியே
நீதான் என்றேன்
மனசுக்குள்!

●

நீ
எனக்களித்த ரணங்களை
எண்ணி எண்ணி
ஓரளவு எனக்கு நானே
சமரசம் செய்து கொண்டாலும்
எதேச்சையாக இருவரும் சந்திக்கும்போது
நீயும் தலை கவிழ்கிறாய்
நானும் தலை கவிழ்கிறேன்!

நம்மைப் பார்த்துக்
கைகொட்டிச் சிரிக்கிறது
காதல்!

மூன்று வருடம்
உன்னை
ஒருதலையாகவே
காதலித்து விட்டு

இறுதியாக
உன் நினைவுகளையாவது சுமக்க
ஆட்டோகிராப் வாங்க
நீட்டியபோது
நீ எழுதி இருந்தாய்
உன் அமைதிக்கு
அழகான மனைவி
அமைவாள் என்று!

●

தூக்கத்திலாவது
என்னை நிம்மதியாய்த்
தூங்க விடு!

உன்னை
நினைத்து நினைத்து
உன்னைப் போல்
தூக்கம் கூட
தூர ஓடிவிட்டது!

காலையிலும் சரி
மாலையிலும் சரி
இந்த அவசர உலகத்தோடு இணைந்து
நீயும் மிதிவண்டியில் பயணிக்கின்றாய்!

ஒவ்வொரு நிமிடமும்
நான் விபத்துக்குள்ளாகிறேன்!

●

என் இதயம்
உனக்கு விளையாட்டுப்
பொம்மையா?

தூக்கி எறிந்து
விளையாடியதில்
ஏகப்பட்ட இடத்தில்
ஆறாத காயங்கள்!

கல்லூரிக்குள் முதல் முதலாய்
உன்னைப் பார்த்தது முதல்
இன்று வரை
கல்லூரி எனக்குக்
கல்வாரியாகவே காட்சியளிக்கிறது!

●

வீட்டில் நடந்த
துக்க நிகழ்வில் கூட
கண்ணீர் வடிக்காமல்
எனக்கு நானே
ஆறுதல் சொல்லிக் கொண்டவன் நான்!

ஆனால்
கல்லூரியின்
கடைசி நாளில்
உன் முகவரியைக் கொடுத்து
மறக்காமல்
மணஓலை அனுப்பு என்று
நீ சொல்லிப் போன
அந்தக் கணமே
எனக்குள்ளே இருந்த
தைரியம் மரித்துப் போய்

என்னை
நானே நொந்து கொண்டேன்
இதுதான் காதலா என்று!

●

சிலர்
முதலில் நட்பாகத்தான் பழகினோம்
நாளடைவில் காதலாய்
மலர்ந்தது என்கிறார்கள்!

நீயும் நானும்
நட்புக்கு இடமளிக்கவே இல்லையே
அதனால் தான்
பிரிந்து வாழ்கிறோமோ?

●

உன்னைக்
காதலித்த பாவத்திற்கு
நீ
எனக்களித்த
விலை மதிப்பில்லாப் பரிசு
தாடியும் கவிதையும்!

காதல் தோல்விக்குச்
சாட்சியம் சொல்லி
வாதாடும் வக்கீல்தான்
என்
குறுந்தாடி!

●

உன்மீதான
என் காதலைக்
கடைசிவரை சொல்லாமல்
உனக்கும் சேர்த்தே
கண்ணீர் வடித்திருக்கிறேன்!

உன்னைக்
காதலித்த பிறகுதான்
காலம் தவறாமையைக்
கற்றுக் கொண்டேன்!

●

அன்பே..!
உன் அழகை
எங்கேயாவது பத்திரப்படுத்து!

உன் அழகு முகம் பார்க்க
தினந்தோறும்
ஆயிரம் கண்கள்
ஆயுதம் ஏந்தி அலைகின்றன!

உனக்குத் தெரியுமா?

கவிதைப் போட்டிகளில்
நான் வாங்கிய
ஒவ்வொரு
முதல் பரிசும்
நீ கொடுத்ததுதான்!

●

கடைசிவரை
உன்னிடம்
என் காதலைச் சொல்லாமலே
காலத்தைக் கழித்து விட்டேன்

அடுத்த பிறவியிருப்பின்
உன் இதயம்
துடிக்கும் இடத்தில்
பிச்சு எடுக்கமுடியாத
மச்சமாய் இருக்கவேண்டும்!

சொல்லிய காதலை விடச்
சொல்லாத காதலுக்கு
வலிமை அதிகம்!

கூடுதலாக
இரண்டு
நல்ல கவிதைகள் கிடைக்கும்.

●

இருவரும்
அருகருகே நெடுநேரம்
அமைதியாகத்தான் இருந்தோம்!

காதல்
பேசிக் கொண்டிருந்தது!

ஒருவேளை
என் காதலைச் சொல்லி
நீ ஏற்க மறுத்திருந்தால்

பாவம்!
காயப்பட்டிருக்கும் காதல்!

எனது கவிதை நூல்
வெளியீட்டு விழாவிற்கு
வருகை தந்த நீ
இரண்டாம் வரிசையில்
அமர்ந்திருந்தாய்!

உன்னைப்
பார்த்த பிறகு
எனது ஏற்புரை
ஏகோபித்த
வரவேற்பைப் பெற்றது!

எல்லோரையும் போல
நீயும் கை தட்டினாய்!

கவிதைகள்
எல்லாம் கண்ணீர்
வடித்துக் கொண்டிருந்தன!

●

இந்தக்
கவிதைத் தொகுப்பு
எங்கேயாவது
எப்போதாவது
உன் கையில் கிடைக்கலாம்!

பின் அட்டையில் உள்ள
என் புகைப்படம்
ஒருவேளை
ஞாபகப்படுத்தலாம்
நாம் இருவரும்
ஒன்றாய்ப் படித்தோமென்று!

உனக்குத் தெரியாது?
இதிலிருக்கும் கவிதைகள் யாவும்
நீதானென்று!

●

நானாகவே
சுமக்க முடியாமல்
சுமந்த காதலை
உன்னிடம் சொல்லி

திட்டோ
அல்லது
நாலு பேர் மத்தியில்
அசிங்கமோ பட்டிருக்கலாம்!

காதல்
என்னைக் காறித் துப்பியது!

நான்
உன்னைக் காதலித்தேன் என்பது
என்றாவது ஒருநாள்
உனக்குத் தெரிய வந்தால்

தயவு செய்து
ஒரு சொட்டாவது
கண்ணீர் விடு!

ஜெயித்து விடும்
என் காதல்!

நீயும்
உன்னால் கிடைக்கப்பெற்ற
கவிதையும்தான்
என்னை
முழு மனிதனாக்கியது!

இப்போதும்
உன்னைப் பார்த்தால்
பதட்டத்தில்
ஓடி ஒளிந்து கொள்கிறேன்!

எப்போதும் போல
நீ நீயாகவே இரு!

நான்
எப்போதும் போல
உனக்காக
வேண்டிக் கொள்கிறேன்!

●